Phoenix Young Readers' Library

Mama wa Kambo

Hadithi za Kikwetu

na vinginevyo.... vinginevyo vingi

Mama wa Kambo

Catherine N.M Kisovi

PHOENIX PUBLISHERS, NAIROBI

Kimetolewa mara ya kwanza mnamo 2005 na
Phoenix Publishers Ltd.,
Grain Belt Indutrial Park,
Sukari Industrial Estate,
Off Thika Rd, Behind Clay works,
S. L. P. 30474 - 00100,
Nairobi.

ISBN 9966 47 243 6

Kimenakiliwa mnamo 2007, 2008, 2011, 2012, 2014, 2016, 2022

Kimepigwa chapa na
Talitha Graphics,
P. O. Box 41863 - 00100,
Nairobi, Kenya.

Yaliyomo

MSIBA

Konelia alikuwa kijana aliyependwa na wengi kijijini mwao. Aliwaheshimu wakubwa kwa wadogo. Watu waliokutana naye wangesikika wakisema, "Wazazi waliomzaa mwana huyu wana bahati sana. Atakua na kuwa mtu wa maana katika nchi." Konelia aliendelea kukua na kuwa kipenzi cha wengi-wake kwa waume; chipukizi kwa wazee; wavulana kwa wasichana. Alipohitimu umri wa miaka ishirini na mmoja alikata shauri la kuoa.

Harusi iliandaliwa na Konelia akamuoa msichana kwa jina Maua, chaguo lake la utotoni. Msichana huyu alihusudjwa na wengi kwani alikuwa na sura jamali na kimo cha kadiri. Uso ulikuwa wa mviringo wa yai, nywele nyeusi za kushuka, nyushi za upinde na macho ya kikombe yaliyokuwa na tazamo juu ya vitu vyote. Kinywani alikuwa na meno ya mwanya yaliyopangika mithili ya lulu katika chaza. Alikuwa na ulimi wenye maneno ya kiada na mdomo imara usiokwisha tabasamu. Kwa kusema kweli alikuwa na uzuri usiokuwa na kasoro. Kwa tabia, alikuwa mwaminifu wa kuigwa na kila mtu aliye na akili razini. Wanakijiji wote walimpenda.

Maua aliendelea kushirikiana na mumewe kwa kila jambo. Alikuwa ni johari, tegemeo na mshauri mwema kwa Konelia. Alimsaidia kwa mambo mengi ambayo yangalimshinda kuyatenda peke yake. Maisha kwao yakawa merna na yenye furaha.

Baada ya arusi yao ambayo ilifana sana, hawakukaa sana hila kujaliwa mtoto wa kike. Walimpa jina Kalaa. Maua na Konelia wakaendelea kumlea mwana huyu kwa vya tunu na tamasha.

Maisha kwa Konelia yalikuwa bado mapya na alijawa na matumaini mengi ya siku zijazo. Alikuwa ni kijana mwenye afya na moyo wenye furaha. Kichwa kilikuwa kimekolea rangi ya weusi na ugonjwa ulikuwa mbali na mwili wake.

Mara mkasa uliivizia familia hii yenye furaha. Maua alikumbwa na ugonjwa wa ghafla. Alikimbizwa hospitalini, lakini aliaga dunia baada

ya siku tatu. Kwa wakati huu, Konelia alikuwa na umri wa miaka ishirini na minane, naye Kalaa akiwa na takriban miaka minne.

Konelia aliingiwa na huzuni nyingi. Alilia kwa kwikwi na kite, akalia hadi sauti ikamkauka. Mazishi yalifanywa baada ya juma moja na kuwaacha wanakijiji wote wakiwa na simanzi kuu.

Baada ya mazishi, Konelia hangeweza kuamini yaliyotokea. Siku zilizofuatia alihisi kuwa palikuwa na pengo kubwa katika maisha yake hapo nyumbani. Alizungukwa na upweke pande zote nne. Ujane ulimlemea, ukawa kama windo lake kila pembe. Alijiandaa kuivumilia bahati yake mbaya, lakini hakuweza. Kila bidii ya kuvumilia ilikuwa bure. Alikuwa na marafiki kadha wa kadha wa kumfariji, lakini kati yao hakukuwa na aliyeweza kumWita mke. Nafasi ya mke katika nyumba yake ilikuwa tupu. Siku nenda siku rudi aliendelea kusononeka.

Siku moja usiku usingizi ulimpaa na ghafla

akamkumbuka marehemu mke wake, Maua. Simanzi iliuvaa moyo wake. "Ya Mungu ni mengi na kuishi kwingi ni kuona mengi," alijisemea kimoyomoyo.

Alimtazama mtoto aliyeachiwa na mke wake. Kalaa alikuwa amelala kitandani huku akiendelea kuufurahia usingizi wake. Hakujua kihoro na huzuni iliyoenea katika nyumba ile.

Baada ya kumtazama binti yake kwa muda, machozi yalimchirizika chiriri mithili ya maji milimani. Aliwakumbuka wazee wake ambao walikuwa wameshakufa na kwenda kuzimuni, pahali pasipo na marejeo. Aliuma meno na kujitia moyo huku akiamua kumlea mtoto wake peke yake.

Alisimama na kutoka nje. Usiku ulikuwa bado mwingi. Alirejea ndani ya nyumba na kujitupa kitandani. Alijaribu kufumba macho lakini wapi, mawazo na fikira za .kila aina zilimlemea. Mara sauti ilimtoka, "Maua, mpenzi, kwa nini ukaniacha peke yangu kupambana na ulimwengu huu uliojaa sokomoko? Nitafanya nini mimi?" Alijaribu kulala lakini mawazo yalimlemea hadi mapambazuko.

Ghafla alizinduliwa na mwangaza wa kuikaribisha tena siku nyingine. Aliinuka na kuelekea dirishani. Aliivuta pazia na kutazama nje. Jua lilikuwa limeanza kuchomoza mashariki. Aliondoka na kuelekea jikoni. Aliufungua mlango na kuingia ndani; kulikuwa kimya kabisa. Alichukua sufuria ili kulitia maji, lakini machozi yalianza kumtiririka tena.

Alijihisi mnyonge kabisa na kukalia kiti kilichokuwa karibu naye. Alijishika tama na kujiinamia kama kondoo. Mara alishtuliwa na mchakatomchakato wa aina fulani. Kuinua macho tu, alimuona Kalaa akijitoma jikoni. Konelia alijikakamua na kutabasamu. Alimkaribisha Kalaa kwa busu kisha akamwashiria aketi kwenye kiti kingine kilichokuwa hapo jikoni.

Aliliendea sufuria na kulitia maji kwa mikono ya kitetemeshi kisha akaongeza maziwa. Aliteleka sufuria mekoni. Maji yalipochemka alitia majani na kuanza kuikoroga chai yake. Mara alishtukia chai ikimwagika. Kalaa alisimama na kumwambia, "Mama akipika chai haimwagiki." Konelia alimjibu

kwamba alifahamu hayo. Aliitoa chai jikoni na kuitia katika buli. Alimshika Kalaa mkono na kumketisha chini tena.

"Mami, kumbuka ninakupenda sana," alimwambia.

"Baba, ninajua," Kalaa alimjibu. "Si siku ile nyingine mkiwa na mama mliniletea biskuti na nguo?"

"Kalaa mwanangu, kwa sasa mama yako hayupo," Konelia alitamka. "Ameenda mbali sana. Hatutaweza kumuona tena."

Ingawa Kalaa hakufahamu vizuri aliyoyasema baba yake kwa wakati huo alianza kusinasina, kisha akaangua kilio. Konelia kuona haya machozi yalimtoka, lakini wakati uo huo akakumbuka lilikuwa ni jukumu lake kumlinda na kumfariji Kalaa. Alinyamaza ghafla na kumshika mwanaye mkono. Alimkumbatia na baada ya kitambo wakatoka nje. Walikaa nje kwa muda wa dakika kumi hivi, kisha wakarejea ndani kusebeha.

KONELIA NA TAADHIMA

Siku baada ya siku Konelia aliendelea kumlea mtoto wake. Ingawa hili lilikuwa jambo zito, hakufa moyo. Alijikakamua vilivyo katika kumtoshelezea Kalaa mahitaji yake ya kila siku.

Asubuhi moja, baada ya kifungua kinywa, Kalaa alimtazama baba yake na kumuuliza, "Baba, kwa nini hadi sasa simuoni mama?"

Swali hili lilimhuzunisha na kumuumiza moyo Konelia. Machozi yalianza kumtoka moja kwa moja. Alijasirisha na kumjibu bintiye, "Kama nilivyokwambia, mama yako alienda mahali ambako hawezi kuonekana tena. Mambo haya utayafahamu siku moja. Mama yako alikupenda sana na mimi ninakupenda, si wajua?"

Kalaa aliitikia kwa kichwa.

Kabla ya kuondoka mezani, mlango ulibishwa. Kalaa alikimbia na kuufungua. Rafiki na jirani yao, Mama Tomi, aliingia na kuwasalimia. Baada ya kuamkuana, Mama Tomi alimwambia Konelia, "Nimetumwa na mume wangu kuwaangalia mnaryoendelea. Unajua mwanamume akiachiwa mtoto, mara nyingi hajui la kufanya."

"Ninawashukuru sana kwa kujishughulisha kwenu," Konelia alimjibu. "Kama uonavyo tunaendelea vizuri. Iwapo kutatokea jambo nisilolifahamu, nitawajuvya mara moja."

Mama Tomi alimshika Kalaa na kumbusu. Kisha alimwambia, "Kumbuka baba yako anakupenda sana. Sisi pia tunakupenda. Twataka uwe mzuri kwa baba."

"Nitakuwa mzuri, Mama Tomi," Kalaa alijibu kwa furaha.

Baada ya haya, Mama Tomi aliwaaga na kushika njia kurejea kwake.

Akiwa njiani aliingiwa na huzuni kwa kuifikiria

hali ya Konelia na Kalaa. Machozi yalimtoka bila ya kizuizi. Aliyapangusa kwa kanga yake aliyojitanda mabegani. Alipoing a kwake, alimkuta bwanake akiota jua nje ya jumba lao. Kwa huzuni aliyokuwa nayo hakumsemesha. Alifululiza hadi jikoni.

Taadhima aliinua macho na kumtazama mkewe akielekea jikoni. "Wazazi waliomlea na kunipa mke huyu walinifanyia wema mkubwa mno," alijisemea kimoyomoyo. "Ni mwanamke adibu sana aliyejaa huruma. Mungu aendelee kumlinda kutokana na macho ya hasidi."

Kwa umri, Taadhima alimpita Konelia kwa miaka miwili tu. Walikuwa marafiki wa kufa na kuzikana tangu utotoni mwao. Baada ya wao kukamilisha masomo yao, walijinunulia vishamba ambamo walidhamiria kujengeajamii zao katika siku za usoni. Basi baada ya wao kupata jiko, walijengea wake zao majumba ya . aushi na wakaendelea kukaa kama ndugu wa toka nitoke.

Huku kumuona rafiki yake bila ya mke kulimhuzunisha sana Taadhima. Aliwaza mengi juu ya Konelia aliyefiwa na mkewe na kuachwa angali kijana. Aliwaza na kuwazua jinsi angalimsa id ia. Alionelea ni vyema amshauri Konelia kuoa tena ili kuepukana na ukiwa. Aliinuka na hata bila ya kumuarifu mkewe akashika njia hadi kwa Konelia.

Alibisha hodi na kuingia. Konelia aliinuka na kumkaribisha rafiki yake wa tangu jadi kwa mikono miwili. Baada ya muda mfupi Taadhima alijikohoza kidogo, huku akitafuta njia iliyofaa ya kumwelezea Konelia mambo aliyokuwa nayo.

Alijikaza kisabuni na kuanza, "Konelia rafiki yangu, nimekuwa nikifikiria juu yako sana. Kuhusu upweke na ukiwa ulio nao baada ya kifo cha mkeo. Tukio hilo lilikuwa pigo kubwa kwetu sote. Nikikutazama naona hujajikita na kuyasahau yaliyopita. Ungali unahuzunika. Kumbuka una jukumu kubwa la kumlea m ana huyu..."

Konelia alimtazama bintiye aliyekuwa akiwaangalia na kumwambia aende akapumzike kitandani kidogo. Kalaa alipotoka tu, machozi yalianza kumtoka Konelia. Rafiki yake, Taadhima, alijikaza asije akalia pia, kisha akaendelea, "Kama tunavyojua, mkono mmoja haulei mwana wala ku chinja ng'ombe. Ninakutafadhalisha usikize haya nitakayosema. Ungali kijana, na huwezi kuendelea kuishi katika dunia hii iliyochafuka peke yako."

Konelia lake lilikuwa jicho tu; hangejasirisha kusema lolote.

"Umekaa ndani kwa muda mrefu," Taadhima aliendelea. "Marafiki wako wapo, mimi nikiwa mmoja wao. Ningetaka kukushauri utafute mwanamke mwingine ili msaidiane katika malezi ya mtoto huyu."

Konelia alionyesha kushtushwa na wazo hilo la Taadhima, lakini hakusema lolote.

"Ndugu yangu," Taadhima aliendelea baada ya muda, "usinielewe vibaya. Nilimpenda mke wako Maua sana, lakini lisilo budi hutendwa. Sasa tufanye nini?"

Taadhima alijua Konelia hangeweza kujiamulia bila ya usaidizi wake. Hivyo basi aliendelea, "Iwapo utanikubalisha, nitakusaidia kutafuta mke. Hapa mtaani mwetu mna msichana ambaye si mbaya. Ninaweza kuwakutanisha mkaongea, ukampima, ukimpenda basi. Yeye na wazazi wake walihamia hapa juzi tu. Tafadhali nipe ruhusa niongee naye."

Konelia alimwangalia Taadhima kwa muda,

kisha akamwambia, "Ninakushukuru tena sana kwa msaada wako, lakini nipe muda ili nitulize fikira zangu."

Taadhima hakutosheka. Alinyamaza kidogo kisha akasema, "Kumbuka mwanamke atakusaidia kuyasahau matatizo yako kwa haraka. Pia atakusaidia katika ulezi wa Kalaa." "Ninakubaliana nawe, rafiki yangu," Konelia alimjibu baada ya kuwaza na kuwazua. "Lakini kumbuka iwapo unakusudia kunisaidia kupata mke, kumbuka kwamba mwanamke mcha Mungu angenifaa zaidi."

Taadhima alipotosheka kwa majibu ya Konelia aliaga na kuondoka.

Mwanamke aliyekuwa amemkaa Taadhima moyoni kwa jina aliitwa Kitete.

Baada ya siku chache, Taadhima alijipata njiani akielekea kwa mwanamke huyu. Waama msichana mwenyewe alikuwa mrembo kweli. Alikuwa ni mwenye rangi ya maji ya kunde, uso wa mviringo, nywele nyeusi za singa, macho mazuri ya kikombe na meno meupe pepepe kama theluji. Licha ya haya, alikuwa na sauti ya kinanda ambayo ingemtoa nyoka pangoni. Miguu yake iliyopendeza ajabu ilikamilisha urembo huo wa shani. Kwa kusema kweli, Kitete arigalijitokeza mbele ya wanawake elfu moja wanaohesabika kuwa warembo, wangalijichukia wenyewe kwa jinsi alivyokuwa mrembo kupindukia.

Mwanamke huyu hakumpendeza Taadhima peke yake, bali wanaume wote katika kijiji hicho. Kwa bahati nzuri alikutana na Kitete kabla hajafika nyumbani mwa wazee wake. Alimwamkua mwanamke huyu kwa staha kuu, kisha akamwambia "Kwa kweli Mungu ni mwema. Nilikuwa nikija kwenu na kwa vile tumekutana, basi nitaivunja safari yangu."

Kitete alitabasamu tu, haiba ya uso wake ikiongezeka maradufu.

"Nimekuwa nikikutana nawe mara kwa mara lakini sikufikiria wakati utawadia ambapo mimi na wewe tungezungumzia niliyonayo," Taadhima aliendelea.

"Ni mambo gani haya?" Kitete alimuuliza.

"Nina rafiki yangu wa tangu utotoni ambaye ninamuenzi kama mboni hizi zangu," Taadhima alitamka kwa kusitasita. "Ana haja ya kuoa.

Ningependa mkutane iwapo utanikubali. Mtaweza kuongea na kufahamiana. Mkisikizana furaha yangu itakuwa haina kifani."

"Siwezi kwa sasa kukuahidi kwamba nitayakubali matakwa yake hata baada ya kukutana;" Kitete alisema baada ya kuwaza kwa muda. "Lakini kutokana na ninavyokuheshimu, sina pingamizi kukutana naye."

Taadhima alilifurahia jawabu hilo na kumshukuru sana Kitete. Walipeana mikono ya buriani na kila mmoja akajiendea zake.

Taadhima hakuwa na lingine ila heri njema kwa rafiki yake Konelia. Hata hivyo, katika uchaguzi wa mwanamke atakayemfaa Konelia, alisahau kwamba vyote ving'aavyo si dhahabu na nyumba nzuri si mlango, fungua uitazame. Aliuona uzuri wa nje tu wake Kitete. Pasipo yeye kujua, mwanamke huyu alikuwa na ila tatu kwa tabia. Alikuwa msiri, mdanganyifu na mwenye wivu uliopita mipaka. Tabia hizi alizidhibiti moyoni mwake, na bila ya kukaa naye kwa siku nyingi hungefanikiwa kuzigundua.

Baada ya siku chache, Taadhima aliwakutanisha Kitete na Konelia kama alivyopanga. Walizungumza kwa muda, halafu akaomba ruhusa akubaliwe kuondoka wapate kufahamiana. Konelia na Kitete waliendelea kukutana, na muda si muda penzi lilikuwa limemea kati yao. Baada ya miezi miwili walifunga ndoa iliyowapendeza wanakijiji wote.

WIVU

Taadhima na mkewe walijawa na furaha kuu kwa kujua kwamba rafiki yao amepata mke. Waliwatakia Konelia na mkewe bert na fanaka katika maisha. Konelia aliwashukuru tena na tena kwa kumjali. Lakini wahenga walisema uzuri wa mkakasi ndani kipande cha mti. Kila mtu aliamini Konelia amepata mwenzi wa maisha, kumbe ni makaa aliyokuwa kajipalia.

Kitete alijipendekeza kwa mumewe kwa maneno ya kuongoa. Kwa wakati huu, Kalaa alikuwa na umri wa karibu miaka mitano. Alikuwa mtoto mtiifu aliyependeza wote waliopata kumuona. Majirani walizidi kumuombea mtoto huyu akue na kuwa wa kufaa kwa wote.

Kitete kwa wakati huu alikuwa mjamzito, na

baada ya miezi michache alijifungua mtoto wa kike ambaye alimpa jina la Pendo. Kalaa alikipenda kitoto hiki sana, lakini jinsi kilivyozidi kukua, ndivyo kilivyokosa kufanana na Kalaa kwa lolote. Kilikua kwa haraka kwa jinsi kilivyokuwa na mwili mkubwa. Lakini la kustaajabisha ni kuwa Kalaa alifanana sana na baba yake; walikuwa reale kwa nyingine. Jinsi alivyozidi kukua, ndivyo Pendo alivyomranda mama yake kwa njia zote.

Majirani walivutiwa sana na upole wa Kalaa, ikawa kila mmoja wao anamtakia heri katika maisha ya usoni. Mamake wa kambo, Kitete, hakupendezwa na bali hii.

Hata ingawa Kalaa alizaliwa mbele ya pendo, Pendo alikua hata akatoshana na Kalaa kwa urefu.

Kitete aliibua tabia yake ya wivu kwa Kalaa. Alijifanya mwema mbele za watu, lakini kwa ndani alimwazia maovu Kalaa.

Alipata nafasi nzuri mumewe Konelia alipopata kazi ya mbali. Alikuwa hodari katika ushonaji wa viatu na aliajiriwa kama mshonaji na kampuni iliyokuwa mji wa mbali. Ikawa atarejea nyumbani mwisho wa mwezi ama baada ya miezi miwili.

Kitete alianza kumtenga Kalaa na Pendo. Mara nyingi alimwambia Kalaa, "Sitaki ucheze na Pendo. Utamchafua!" Alimbadika Kalaa lakabu 'Wakale', ikiwa na maana ya "wa zamani". Alianza kumfanyiza kazi nyingi. Alimtaka kuamka jogoo la kwanza, kuandaa kiamsha kinywa na kuwapashia moto maji ya kuoga. Angesikika akimuamrisha Kalaa, "Kabla ya kunywa chai ni lazima ufue nguo na kuzianika." Alimfanya Kalaa kuwa mtumishi wake. Kalaa hakuwa najingine ila kufanya kazi aliyopewa na mama yake wa kambo kwa unyenyekevu aliozaliwa nao.

Kitete hakutosheka na hayo; aliendelea kumtenda uovu mtoto wa marehemu mke mwenza hila imani. Hakuna kazi yoyote ya hiari ambayo Kalaa angeifanya. Mbali na kupewa kazi ngumu na za lazima, alinyimwa mavazi mazuri akawa avaa matambara. Mama wa kambo aliendelea kumpimia chakula kama dawa.

Pendo. alizidi kunona na kunenepa kama mbuni, huku Kalaa akiendelea kuteseka na kukonda kama sindano. Majirani walishangazwa na tofauti hizi, lakini hakuna aliyetaka kuingilia boma la Konelia. Walizungumza baina yao, wakingojea Konelia ajigundulie yaliyokuwa yakiendelea.

Baada ya kukosa nafasi ya kutembea nyumbani kwa miezi mitatu, Konelia aliwasili jioni moja akiwa amebeba vitamu kwa familia yake. li mateso yake kwa Kalaa yasitambuliwe na mume. we, Kitete alimwendea Kalaa na kumwambia, "Kesho sitaki uraue mapema kama unavyofanya siku zote. Tabia ya mtoto mdogo kuamka mapema si nzuri."

Lakini Konelia alipowatupia macho Kalaa na Pendo, alihisi mara moja kwamba mambo hapo nyumbani kwake hayakuwa sawa. Lakini hakuuliza chochote usiku huo. Alivumilia hadi asubuhi.

Alimwita Kitete na kumwambia, "Mke wangu, jana jioni nilipowaangalia Pendo na Kalaa niliona tofauti kubwa sana katika kukua kwao. Kalaa amekonda sana ilhali Pendo ambaye alizaliwa nyuma yake sana ndiye mkubwa sasa. Kwa nini tofauti hizi?"

"Baba watoto, kumbuka tumeumbwa tukitofautiana," Kitete alimjibu. "Kuna watu ambao hata wale mafuta na vyote vizuri ulimwenguni hawatanona. Na..."

"Ati unasema nini?" Konelia alimkatiza. "Wacha kunizungusha. Jibu swali langu."

"Ngoja nikufafanulie mume wangu." Kitete aliendelea kwa sauti ya mafuta. "Kuna watu wengine ambao hata wakila kidogo tu miili yao hushukuru na kunawiri. Ninafikiria Kalaa mwili wake ni mmoja wa ile; hata uipatie nini haina shukrani."

Konelia alitaka kuongea la ini Kitete akamwahi mbele. "Tafadhali ngoja nim lize halafu utaamua mwenyewe," alisema huku amevaa tabasamu la kinyonga. "Kumbuka watoto hawa wetu ninawapenda sana. Lakini nimegundua kuwa, kinyume na mwenzake Pendo, Kalaa hapendi usafi. Yeye hupendelea Kuvaa nguo moja tu, iwe imeraruka au la. Wakati mwingine ninashindwa yeye ni msichana wa airia gani ikiwa wakati wote ni kulazimishwa kuoga. Hakuna b.ata siku moja ambayo atajiambia aoge."

Kufikia sasa Konelia alikuwa amekasirishwa na maneno ya Kitete si haba. Mara ubishi kati yao ulianza.

KONELIA: Fyata ulimi wako wewe mwanamke!

KITETE: Ati nifanye nini? Baada ya kukulelea mtoto huyu ambaye hana shukrani, hayo ndiyo malipo?

KONELIA: Sikujua kwamba unaweza kuwabagua wana. Kalaa angali mtoto kumbuka ...

KITETE: (Akimkatiza) Kule kutokua vizuri kama Pendo ndiko kunakomfanya awe mtoto?

KONELIA: Funga mdomo! Ukimnyima chakula mtoto na kumrundikia kazi nyingi, si atavia tu? Una nini wewe? Una akili razini lakini?

KITETE: Fikiria utakavyo, lakini nijuavyo ni kwamba nimekutunzia mtoto wako.

KONELIA: (Kwa uchungu) Jua ukimfanyia maovu mtoto wa mwenzako, na wako siku moja atafanyiwa hayohayo na wengine.

KITETE: Sasa unamlaani mwanao?

KONELIA: Si hivyo, lakini kumbuka ya kuwa malipo
           ni hapa duniani, hesabu ni ahera.

KITETE: (Akishusha pumzi) Hayo siyaelewi.
           Nimejaribu niwezavyo kukulelea
           watoto wako.

KONELIA: Itafaa uyazingatie niliyosema ukitaka
           kuwa mama wa kambo wa kuheshimika.

SHIBE KWA KALAA

Kalaa aliyasikia yote yaliyosemwa na mama yake wa kambo, lakini la kufanya hakuwa nalo. Mila ziliwakataza watoto kujibizana na wakubwa wao. Mara nyingi alijikuta akijuta kuzaliwa, na nyingi ni nyakati alizolia kwa uchungu mwingi. Mara kwa mara alijikuta akimwita marehemu mama yake kwa sauti huku akimtaka amuepushe na shida hizo.

Babake Konelia, kutokana na shughuli za kikazi zilizomweka mbali na nyumbani kwa siku nyingi, hangejua kilichokuwa kikiendelea huku nyumbani mwake baada ya yeye kuondoka. Baada ya masikizano ya hivi karibuni alikuwa ameondoka akiwa na imani kuwa Kitete angebadilisha tabia zake. Lakini alikuwa yule yule, akimhangaisha Kalaa kila alipopata nafasi na kumnyima lishe bora.

Kalaa alizidi kujiona mkiwa na mpweke baba yake alipokuwa mbali. Hakuwa na yeyote wa kumlilia. Lililobaki ni kuendelea kumtegemea Jalali muumba wa vyote. Alikumbuka vile mama . yake mzazi alivyomueleza akiwa mdogo kwamba kumcha Mungu ndicho kingekuwa chanzo cha maarifa. Alikumbuka sauti ya mama yake ikimwambia,

''Aliyeongolewa na Mungu hapotoki.'' Alimuomba mwenyezi Mungu amsaidie na kumpa chakula cha kila siku.

Leo hii alikuwa amebarizi chini ya mti uliokuwa uani baada ya kazi ya kuvunja mgongo. Punde si punde maajabu ya firauni yalimshukia. Aliisikia sauti tamu kama kinanda ikisema, "Unapokuwa na njaa imba hivi kila siku:

"Mama nateseka saagalale.

Sina cha kuliwa saagalale

"Mama nateseka saagalale.

Sina cha kuliwa saagalale

"Utaona meza mbele yako itakayokuwa imeandikwa kwa kila aina ya chakula. Kula ushibe na uiweke kama siri kubwa. Kumbuka binadamu ni hasidi, wakijua watakuharibia. Endelea kuvumilia kwani mvumilivu hula mbivu. Kisha ukimaliza kula uimbe:

"Mama nimeshiba saagalale

Mama nimeshiba saagalale

"Meza itaondolewa mara moja."

Sauti ilitoweka ghafla kama ilivyotokea. Kalaa aliamua kujaribu kufanya kama alivyoelezwa. Mara iyo hiyo meza ilimshukia ikiwa na vyakula vizuri.

Alikula shibe yake. Kila siku alipohitaji chakula aliim ba hivyo Katika mahali pa siri. Mara mabadiliko yalianza kutokea katika maumbile yake. Alianza kuongeza uzito na ngozi yake ikaanza kung'aa kwa shibe. Alivyozidi kunawiri, ndivyo mahasidi wake walivyozidi kuona uchungu wa wivu. Walishangaa kumuona Kalaa akiwa na furaha hata baada ya juhudi zao za kumnyima lishe bora. Walisahau kuwa

ya Mungu ni mengi na asiyekuumba kukuumbua hawezi.

Kitete alizidisha uonevu na mateso kwa mwana huyu. Alimsema vibaya kwa majirani akidai alikuwa akimwibia, lakini hakuwa na wa kumsikiliza.

Kitete alimwambia bintiye Pendo achunguze kilichomfanya Kalaa kufurahi namna ile. Alimtaka amfuate kila alipoenda. Baada ya siku chache, Pendo aligundua yote yaliyokuwa yakifanywa na Kalaa.

MAAJABU

Kitete alijaribu kwa kila njia kumwangusha Kalaa baada ya kugundua kuwa juhudi za kumnyima lishe zimeambulia patupu. Alipokuwa katika hekaheka za kutunga na kutungua huku akitafuta mipango kabambe ya kumkomesha Kalaa milele, alisikia mbiu ya mgambo ikilia. Alikimbilia dirisha kuchungulia nje. Alitambua kuwa mbiu ya mgambo ikilia kwa kawaida huwa kuna jambo.

Mpiga mbiu alikuwa akipita barabarani akitangaza ya kwamba kulikuwa na wageni wawili mashuhuri waliowasili katika nchi hiyo kutoka nchi ya mbali. Tangazo hili lilienea kama moto nyikani. Kila mtu alijitayarisha awezavyo kufika kwenye makao ya mfalme wao ili kuwakaribisha wageni hao.

Mara kwa ghafla boma la mfalme wa nchi hiyo lilikuwa limefurika watu furifuri; hata nafasi ya kutemea mate au - nzi kutua haingepatikana. Wageni walikuwa ni vijana wawili walioserriekana wametoka ughaibuni kutafuta wachumba katika himaya ya mfalme. Kitete alipowatupia macho alitamani wawe wakwe zake katika siku za usoni.

Mfalme aliamrisha kwamba watu wote warejee makwao na kujitayarisha kwa tamasha za kuwakaribisha wageni rasmi. Kitete alirudi kwake na kuingilia pilikapilika za kumtayarisha binti yake Pendo kusudi aende akajaribu kuwapendeza vijana hao. Alimpamba akapambika, kisha alimtaka Kalaa kubaki nyuma kama mlinzi wa nyumba. Alimwambia kwa dharau kwamba vijana hao walikuwa maridadi na hawangejaribu kumwangalia msichana ovyo kama yeye.

Walipoondoka, Kalaa aliangua kilio kilichotoka moyoni. Alimkumbuka mama yake kwa simanzi kubwa. Mara kwa ghafla Kitete alijitokeza mlangoni na kumwambia, "Hata ukilia damu unajiharibia wakati wako bure." Aliangua kicheko cha kuchukiza, kisha akaondoka kwa mwendo wa maringo.

Kalaa alipoachwa peke yake aliomba ardhi ifunguke na kummeza mzima mzima. Laiti mamake angekuwa hai, hangekuwa anayapitia mateso kama haya. Alipiga magoti na huku machozi yakimtoka kwa wingi akauliza kwa sauti, "Mama. kwa nini ukaniacha niteswe namna hii? Mungu, nilifanya kosa gani? Nitawezaje kutambuliwa kama mtu ildwa kila siku ni kutumikishwa na kudharauliwa?"

Wakati uo huo alisikia sauti kutoka mbali ikimwambia, "Mwanangu, nyamaza. Usiwe na w§lsiwasi. Kumbuka mkono wa Mungu ulioandika ukutani katika Biblia Tukufu? Uliashiria kumalizika kwa ufalme wa Belishaza. Usijali. Mipango ya Kitete haitafanikiwa. Acha kujihurumia. Toka ukajifurahisht kwenye tamasha, lakini jihadhari usifanye urafiki na yeyote. Wageni waliofika si watu wa kawaida. Kumbuka ninayokueleza."

Wakati uo huo maajabu yalimshukia tena.

Alijiona amezungukwa na nguo na vitu vingi vya uzuri wa ajabu. Mara alijiona katika mavazi hayo. Hangeweza kuamini. Alijitazama kwenye kioo akaona kwamba alipendeza ajabu.

Alitoka na kuelekea kwa mfalme ambako sherehe ya kukata na shoka ilJkuwa imetayarishwa. Alipoingia, kila mtu alipindua shingo kumtazama mgeni mrembo kupindukia aliyeingia. Wazee kwa vijana, wasichana kwa wavulana, wanawake kwa wanaume, wote walimwangalia bila ya kupepesa macho. Ilikuwa wazi kwa kila mmoja wao kwamba huo ulikuwa ni uzuri wa ajabu. Sura yake ilionyesha upole mwingi.

Mtindo mpya wa mavazi yake uliwagutusha wengi. Walikuwa hawajaona uzuri wa ibura mfano wake.

Wakati wa kusakata rumba ulipofika, mwenye kuvaa mavazi haya aliwashangaza wengi. Aliisakata kwa ubingwa na ufundi wa hali ya

juu. Alipozungumza, ilikuwa ni kwa upole na kwa maneno ya ufasaha. Alipotembea, ilikuwa ni kwa mwendo wa kupendeza mfano wa njiwa. Pumzi ziliwapaa wote waliohudhuria. Wanaume wote walivutiwa na uzuri wa msichana huyu; hata mfalme alikiri hakuwa ameuona urembo kiasi kile.

Wale wageni wawili walimuona na wote kwa pamoja wakamwendea Kalaa wakitaka ucheza densi naye. Lakini Kalaa aliyakumbuka aliyoambiwa na sauti ile ya ajabu. Alikataa katakata kucheza na yeyote.

Kitete alipoyaona hayo alimwashiria Pendo kujongea karibu ya wageni hao. Pendo alipoenda wageni hao walimjia kwa tabasamu na wote kwa pamoja wakaanza kucheza densi.

Muda uliendelea kuyoyoma na Kalaa akajua sherehe zilikuwa karibu kufika ukingoni. Alitoka kwa siri na kurudi nyumbani. Mara alipofika huko nguo zuri alizokuwa amezivaa zilitoweka akabaki amevaa matambara yake. Alistaajabu sana.

MATESO ZAIDI

Watu waliendelea kusakata rumba hadi usiku wa manane. Kitete na mwanawe Pendo walikuwa wamechoka kwelikweli kutokana na mtimbwiriko.

Pendo kwa wakati huu alikuwa amempenda mmoja wa wageni wale wawilwa mfalme. Walipokuwa karibu kuondoka, alipendekeza waandamane naye na mama yake ndiposa, wajue kwao. Mfalme hakupinga jambo hilo.

Vijana hawa walipoingia kwa akina Kalaa, Kalaa alikuwa keshalala usingizi wa pono. Asubuhi aliwaona wageni hawa wawili lakini hakupata angaa nafasi ya kuwasalimia. Mamaye wa kambo alimtaka aende kushughulikia kazi za asubuhi ili asiwakaribie.

Pendo naye alikuwa amejawa na furaha kubwa kwa kuupata urafiki wa mgeni aliyeonewa wivu na wasichana wengi katika tamasha ya jana.

Baada ya muda, vijana hao walisema kwamba wangeondoka, lakini wakaahidi kurudi baadaye. Walisindikizwa hadi mpakani mwa nchi na kurejea kwao. Baada ya wiki chache mmoja wao alirudi pamoja na wazazi wake tayari kumuoa Pendo. Kitete alikuwa na furaha iliyozidi ya kibogoyo aliyepata meno. Mapishi ya kila aina yaliandaliwa na wageni wakafurahi hadi. Kalaa alipojaribu kuwakaribia, mama yake wa kambo alimkanya asidhubutu.

Mahari ilipangwa siku iyo hiyo, Jicha ya kuwa baba yake Pendo, Konelia, alikuwa mbali kazini. Mama mtu akajua ya kwamba angekuwa tajiri kupindukia. Siku iliyofuata wageni walilipa mali yote na wakakubalishwa kumuoa Pendo. Ilikuwa ni vifijo na nderemo Kitete akiwasindikiza Pendo na mpenzi wake mpya hata ingawa baba yao hakuwa ameshiriki katika sherehe za ndoa hiyo.

Kuondoka kwake Pendo kulizidisha shida zake Kalaa. Kitete aliendelea kumtesa na kumfanyiza kazi nyingi mwana huyu wa watu bila ya imani wala huruma. Kila alipopata nafasi alizoea kumwambia, "Kazi yako itakuwa ya kunitumikia na daima hautapata raha zozote."

Miezi kadhaa baada ya Pendo kuolewa, kijana mmoja alipitia hapo kwa kina Kalaa. Lengo lake lilikuwa ni kuomba ruhusa kuanzisha uhusiano na Kalaa. Kitete alipoyasikia hayo, alisema kwamba Kalaa hangemfaa mwanamume yeyote mwenye fikira timamu, akisingizia kuwa Kalaa alikuwa ni mjeuri, asiyependa kufanya kazi, na mtundu. Kijana kusikia hayo, aliondoka.

Baadaye vijana wengi walipitia hapo wakiutaka mkono wake Kalaa katika ndoa, lakini mam a yake wa kambo aliendelea kumuumbua mbele zao na kuhujumu nafasi yake Kalaa ya kujipatia mchumba.

Siku moja saa za magharibi hivi, palipita kijana mmoja aliyeonekana ovyo na aliyevaa matambara. Lengo lake vilevile lilikuwa ni kumposa Kalaa.

Mama mtu alipoyasikia hayo furaha yake haikuwa na kifani. Roho yake mbaya ilijiambia kuwa huo ulikuwa wakati wa kumwadhibu Kalaa k.wa kumuoza kwa kijana huyu aliyeonekana. maskini, asiyekuwa na mwanzo wala mwisho.

Wiki iliyofuatia Konelia alifika nyumbani kwa mara ya kwanza katika miezi miwili. Kitete alimdanganya kuwa Pendo alikuwa amemtembelea jamaa zake wa mbali. Halafu aligeukia poso ya Kalaa na kujaribu kumshawishi mumewe amkubalie kijana huyo kumuoa Kalaa. Konelia hakufurahishwa na jambo hilo, lakini ili amfurahishe mke wake aliyemfikiria kuwa mzuri kuliko wanawake wote duniani alilikubali ombi lake. Alimtupia mwanaye jicho na kumwambia, "Ikiwa unataka kuolewa na kijana huyu, mimi sina neno."

Kalaa kwa kuwa alikuwa ametosheka na taabu na kazi za hapo nyumbani kwao, alikuwa tayari kwa lolote. Roho yake yenye huruma iliamua kuolewa na kijana huyo licha ya umaskini wake. Alimwangalia babaye na kusema, "Niko tayari kwenda na kijana huyu."

Hata hivyo Kalaa alimtaka .baba yake waende mahali pa siri. Alimwelezea ukweli kumhusu Pendo na vile Kitete alivyokuwa amemtesa kufuatia ndoa ya bintiye. Konelia alipandwa na hasira na kumzoma Kitete aliyejitia kutokwa na machozi.

Konelia alipomkumbuka marehemu mkewe, Maua, alikumbwa na wimbi la majuto. Maua daima hangemfanyia usaliti kama kumwoza bintiye hila idhini.

Hata hivyo Kalaa alimhakishia baba yake kwamba hatabadili nia yake, na angeolewa na kijana huyo maskini. Alimtaka ampe baraka zake. Kijana hu:yo fukara, kwa jina Baraka, alikuwa tayari kabisa kumuoa Kalaa mara apatapo hiari ya baba yake.

Alipojulishwa na Konelia kwamba amewakubalia waoane, Baraka alipiga magoti kwa moyo wa shukrani na furaha kumshukuru baba wa mchumba wake. Alimwahidi Konelia kwamba angemtunza Kalaa kwa uwezo wake wote, na kuwa mara afikapo kwao angekuja na wazazi wake kuleta mahari kama ilivyokuwa desturi.

Kalaa alimhakikishia baba yake asiwe na wahaka wala kuingiwa na hofu. Siku iliyofuatia, vijana hao wawili walisindikizwa kurejea kwa bwana harusi, Baraka.

KIJANA-JITU

Kalaa alipoondoka na maskini Baraka, Kitete alifurahi sana. Moyoni mwake aliamini kuwa kwa kuolewa na kijana fukara kama Baraka, Kalaa angeendelea kutaabika maishani.

Asubuhi moja Konelia alikuwa ameketi nje ya nyumba akisoma gazeti baada ya kuwasili jioni iliyotangulia. Mara alimsikia mtu akiita

"Hodi!" Alipoinua macho alimuona bibi kize mmoja akiwa mbele yake. Alimsabahi, kisha akamkaribisha akalie kiti kilichokuwa karibu naye.

Bi. Kizee alimshukuru Konelia na kuketi. Mazungumzo baina yao yalianza ma moja.

KONELIA: Mbona mimi sikufahamu?

BI. KIZEE: Mimi ninaitwa Bi. Juma. Kwetu ni mbali kidogo kutoka hapa. Kwa sasa ninatoka huko sehemu za milimani.

KONELIA: Ulikuwa umeenda kufanya nini huko?

BI. KIZEE: Nilikuwa nimeelekezwa mti fulani unaomea huko. Niliambiwa majani yake ni dawa inayoweza kumponya mume wangu. Amekuwa akiugua kwa siku nyingi.

KONELIA: Ulienda peke yako?

BI. KIZEE: Hapana. Tulikuwa watu wawili, lakini mwenzangu amenitangulia kuipeleka dawa nyumbani. Lakini nilikuwa na habari niliyoona ni muhimu kukuletea. Tulipokuwa tukiteremka mlimani tulikutana na msichana. Alituambia aliitwa Pendo na kuwa ni bintiyo. Alionyesha wasiwasi mwingi alipokuwa akiongea nasi. Akatutuma kwenu, tuwajulishe kwamba kijana aliyemuoa hakuwa mtu haswa bali jitu.

KONELIA: (Kwa mshtuko mkubwa) Ati nini?

BI. KIZEE: Alituambia tuwajulishe kwamba yeye
               aliolewa na jitu. Akatutajia majina
               yenu. Lakini kabla hajatueleza zaidi,
               kijana aliyekuwa amemuoa akiwa
               nusu mtu na nusu jitu alijitokeza
               ghafla. Pendo alituashiria kwa mkono
               tuondoke. Hapo tulitimua mbio kadiri
               tulivyoweza.

KONELIA: Kwa nini hamkutoroka pamoja naye?

BI. K.IZEE: Tulimwambia tutoroke lakini akakataa,
               akisema jitu hilo lingemfuata hadi
               nyumbani kwao yaani hapa nyumbani
               kwenu.

KONELIA: Kwa hivyo hamkujua lililotokea
               baadaye?

BI. KIZEE: Tukiwa mbali kidogo, tuliisikia sauti
               ya Pendo, ikisema, "Namezwa!
               Wajulisheni wazazi wangu!" Kisha
               kukawa kimya.

Konelia aliingiwa na huzuni hadi machozi yakaanza

kumtiririka. Alimshukuru Bi. Kizee huyo kwa habari alizoleta. Mara Bi. Kizee alipoondoka, Konelia alimwita Kitete na kumweleza yote yaliyompata bintiye. Kitete hakuweza kujizuia kudondokwa na machozi. Alilia kwa kwikwi na kite. Alijiangusha chini na kujigaragaza. Konelia alimwinua na kujaribu kumfariji. Ilikuwa ni huzuni isiyokadirika kumpoteza Pendo.

Usiku huo Kitete hakulala. Mara angesikika akisema, "La, haiwezekani! Si Pendo warigu!" Kisha angeweweseka akisema, "Mungu nisamehe kwa mabaya niliyotenda maishani mwangu!" Konelia alikuwa na kazi ngumu kumtuliza. Asubuhi ilikaribia wakiwa hoi kwa machovu na kilio. Kuingia mapambazuko, wote walishikwa na usingizi mzito.

MWANA WA MFALME

Walikuwa wamelala kwa masaa kadhaa walipozinduliwa na kelele za vigelegele na shangwe zilizoandamana na nyimbo barabarani.

Konelia alijizoazoa na kusimama mlangoni. Jua lilikuwa kali utosini, kumaanishayalikuwa masaa ya adhuhuri. Sauti za nyimbo na ngoma zilianikiza kote hewani. Hakujua kilichokuwa kikiendelea. Mara kwa ghafla akaona msafara wa vigari vilivyokuwa vimevutwa na farasi. Vilikuwa na watu waliokuwa wakipiga ngoma na kuimba kwa furaha.

Kulikuwa na kigari kimoja katikati ya hivyo vingine kilichopambwa sana. Kukiangalia kwa mara ya pili, alimtambua binti yake Kalaa akiwa ameketi sako kwa bako na mumewe Baraka. Nyimbo na ngoma zilikatishwa kwa ghafla na msafara wa vigari uliokuwa nyuma ukaendelea kumiminika katika uwanja wake Konelia.

Kalaa alishuka mara moja na kumkimbilia babake alipokuwa amesimama mlangoni bila kuamini yaliyokuwa yakifanyika mbele yake. Walikumbatiana na wote wawili wakatokwa na machozi ya furaha.

Kitete alipotoka nje alipigwa na mshangao kwa kuona watu, farasi na vigart nje ya nyumba yao.

Kalaa alimwachilia babake na kumwendea Kitete. Hata bila ya salamu alimwambia, "Sijui nikuite mama au nini. Uliyoyataka hayakuwa wala hayatakuwa."

Kitete, akiwa ameshangaa vilivyo, hangeweza kusema lolote. Alisimama tu kama kizingiti huku macho ameyakodoa.

"Kumbuka Mungu hapendelei na bahati ya mwenzio usiilalie mlango wazi," Kala a aliendelea. "Wewe na mwanao Pendo mlijartbu kuficha jua kwa ungo lakini hamkufaulu. Mlinitesa lakini Mungu alikuwa nami."

Kwisha kusema hayo, Kalaa aliangua kilio cha huzuni kuu alipokumbuka mabaya aliyofanyiwa na mama yake wa kambo.

Konelia alimwendea Baraka, aliyekuwa amevaa kifalme kabisa. Alimkaribisha kwa furaha kuu.

Baraka bila ya kupoteza wakati aliwaeleza wazazi wa Kalaa kwamba yeye alikuwa mwana wa Mfalme wa Ughaibuni. Wakati wake uiipofika wa kuoa alitembelea nchi nyiitgi akitafuta mke na wakati huo wote alivaa kimaskini. Alijua ya kwamba mwanamke yeyote ambaye angekubali kuolewa naye basi huyo angekuwa ni mwanamke halisi. Aliomba msamaha kwa Konelia na kumuahidi kumsaidia kwa hali na mali licha ya kutoa mahari yaliyohitajika na yasiyohitajika.

Kitete alipoyasikia hayo aliona haya nyingi. Alijikaza na kuomba msamaha kwa mumewe, majirani waliokuwa wamefika na zaidi ya wote, kwa Kalaa na mumewe. Kalaa alimsamehe, lakini hakuweza kusahau mabaya aliyomtenda.

Konelia alimsamehea shingo upande, akitumia nafasi hiyo kumkumbusha kuwa malipo ya ubaya ni humu humu duniani.

Konelia alimshika mkono Kalaa na kumfunulia siri ya kuangamizwa kwa Pendo. "Pendo hakubahatika kupata mume hasa ila aliolewa na jitu lililomla," alimweleza. Kalaa kusikia hivyo alilia kilio cha uchungu mwingi. Hata kama Pendo alikuwa